காதல் முத்துக்கள்
(கவிதை தொகுப்பு)

காயத்ரி நாகரத்தினம்

என் எல்லா கஷ்டத்திலும் எனக்கு துணை நின்ற என் அம்மா, என் நட்புகளுக்கு சமர்ப்பணம்

பொருளடக்கம்

முன்னுரை   ix

நன்றி   xi

1. முத்து 1   1

2. முத்து 2   2

3. முத்து 3   3

4. முத்து 4   4

5. முத்து 5   5

6. முத்து 6   6

7. முத்து 7   7

8. முத்து 8   8

9. முத்து 9   9

10. முத்து 10   10

11. முத்து 11   11

12. முத்து 12   12

13. முத்து 13   13

14. முத்து 14   14

15. முத்து 15   15

16. முத்து 16   16

17. முத்து 17   17

18. முத்து 18   18

19. முத்து 19   19

20. முத்து 20   20

21. முத்து 21   21

22. முத்து 22   22

பொருளடக்கம்

23. முத்து 23	23
24. முத்து 24	24
25. முத்து 25	25
26. முத்து 26	26
27. முத்து 27	27
28. முத்து 28	28
29. முத்து 29	29
30. முத்து 30	30
31. முத்து 31	31
32. முத்து 32	32
33. முத்து 33	33
34. முத்து 34	34
35. முத்து 35	35
36. முத்து 36	36
37. முத்து 37	37
38. முத்து 38	38
39. முத்து 39	39
40. முத்து 40	40
41. முத்து 41	41
42. முத்து 42	42
43. முத்து 43	43
44. முத்து 44	44
45. முத்து 45	45
46. முத்து 46	46

பொருளடக்கம்

47. முத்து 47 47

48. முத்து 48 48

49. முத்து 49 49

50. முத்து 50 50

51. முத்து 51 51

52. முத்து 52 52

53. முத்து 53 53

54. முத்து 54 54

55. முத்து 55 55

56. முத்து 56 56

57. முத்து 57 57

58. முத்து 58 58

59. முத்து 59 59

60. முத்து 60 60

61. முத்து 61 61

62. முத்து 62 62

63. முத்து 63 63

64. முத்து 64 64

65. முத்து 65 65

66. முத்து 66 66

67. முத்து 67 67

68. முத்து 68 68

69. முத்து 69 69

70. முத்து 70 70

பொருளடக்கம்

71. முத்து 71   71

72. முத்து 72   72

73. முத்து 73   73

74. முத்து 74   74

75. முத்து 75   75

முன்னுரை

சிறி வயது முதல் கவிதை எழுதுவதில் நாட்டம் உண்டு. சில சொந்த காரணங்களால் 15 வருடமாக பதுக்கி வைத்திருந்த ஆர்வத்தை இப்பொழுது வெளிக்கொணர்கிறேன். இதற்கு நீங்கள் அளிக்கும் ஊக்கமே என்னை மேலும் எழுத தூண்டும்

நன்றி

என்னை எழுத ஊக்கப்படுத்திய நட்புகளுக்கு நன்றி

1. முத்து 1

பூமியை
முத்தமிடும்
சூரியனுடன்

போட்டியிட்டு
வென்று விடுவாயா
என்னை

— காயத்ரி நாகரத்தினம்

Enter Caption

2. முத்து 2

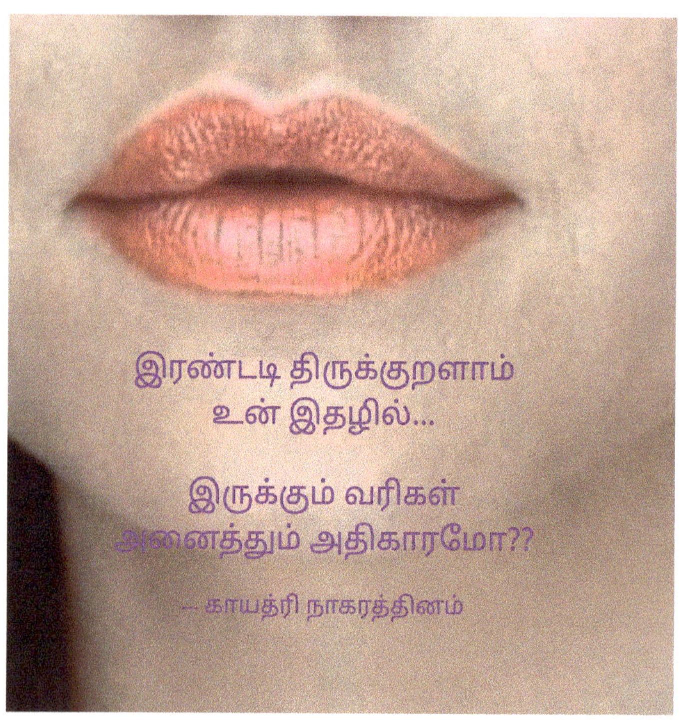

இரண்டடி திருக்குறளாம்
உன் இதழில்...

இருக்கும் வரிகள்
அனைத்தும் அதிகாரமோ??

– காயத்ரி நாகரத்தினம்

Enter Caption

3. முத்து 3

கிறக்கத்தில்
இருக்கும் என்னை...

உன் இதழ்களால்
நிரப்பி...

மயக்கம் தீர்க்கிறாயா?
இல்லை
என் உயிர் எடுக்கிறாயா?
— காயத்ரி நாகரத்தினம்

Enter Caption

4. முத்து 4

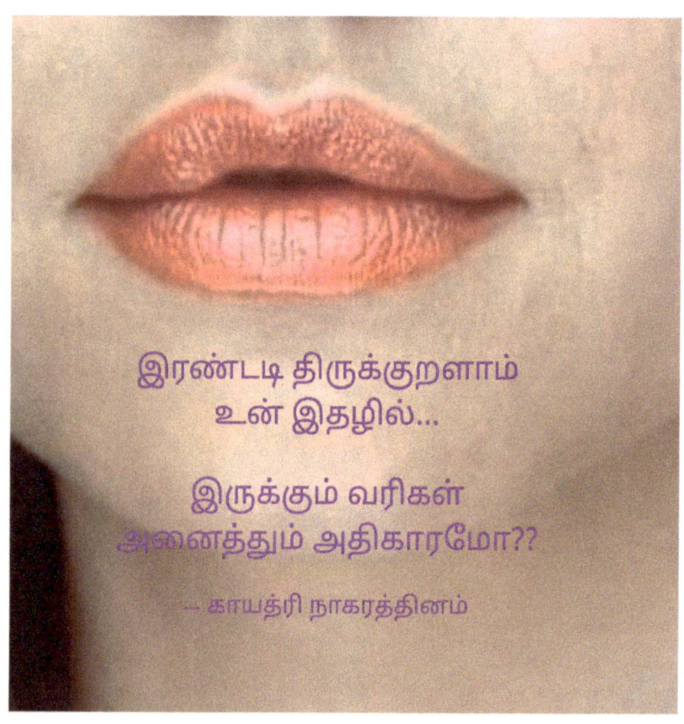

இரண்டடி திருக்குறளாம்
உன் இதழில்...

இருக்கும் வரிகள்
அனைத்தும் அதிகாரமோ??

— காயத்ரி நாகரத்தினம்

Enter Caption

5. முத்து 5

என் ஒட்டுமொத்த
மனநிலையையும்...

ஒரே குறுஞ்செய்தியில்
மாற்ற உன்னால் மட்டும்
எப்படி முடிகிறது???
— காயத்ரி நாகரத்தினம்

Enter Caption

6. முத்து 6

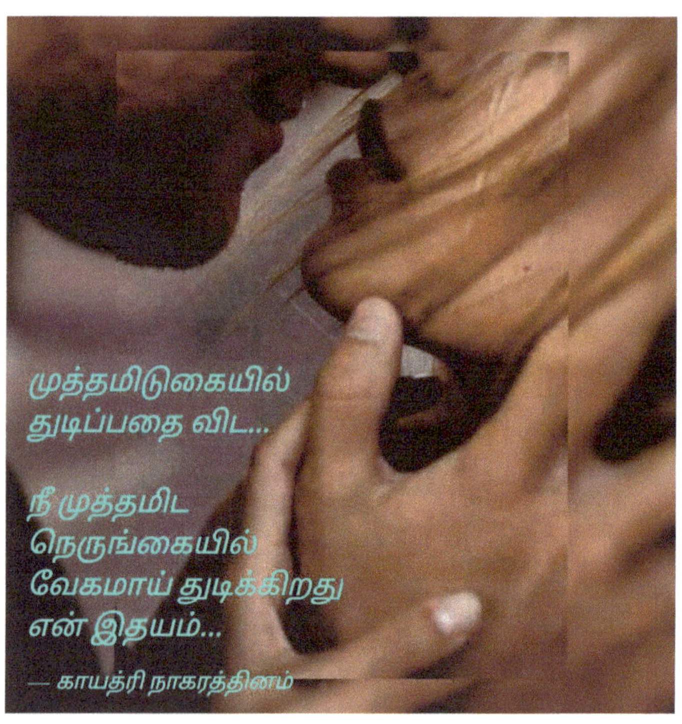

முத்தமிடுகையில்
துடிப்பதை விட...

நீ முத்தமிட
நெருங்கையில்
வேகமாய் துடிக்கிறது
என் இதயம்...
— காயத்ரி நாகரத்தினம்

Enter Caption

7. முத்து 7

வெட்கம் என்ன
பெண்ணின் மொத்த
குத்தகையா
நீயும் கொஞ்சம்
வெட்கப்படேன்..
ரசித்து செல்கிறேன்
— காயத்ரி நாகரத்தினம்

Enter Caption

8. முத்து 8

யார் திருடி சென்றது
என் இரவுகளை...

யார் திருடி சென்றது
என் கனவுகளை...

யார் திருடி சென்றது
என் கற்பனைகளை...

நீ சென்ற நொடி முதல்
அனைத்தும் இழந்தேன்...

எப்பொழுது வருவாய்
நான் உறங்குவதற்கு
வருவாயா அல்லது
என்னை ஆழ்ந்த உறக்கத்தில்
மூழ்கடித்து செல்வாயா

— காயத்ரி நாகரத்தினம்

Enter Caption

9. முத்து 9

தாடிக்குள்
ஒளிந்திருக்கும்
அந்த கன்னக்குழியை...

முத்தத்தால் நிரப்ப
கொஞ்சம் அனுமதி
தாயேன்...
– காயத்ரி நாகரத்தினம்

Enter Caption

10. முத்து 10

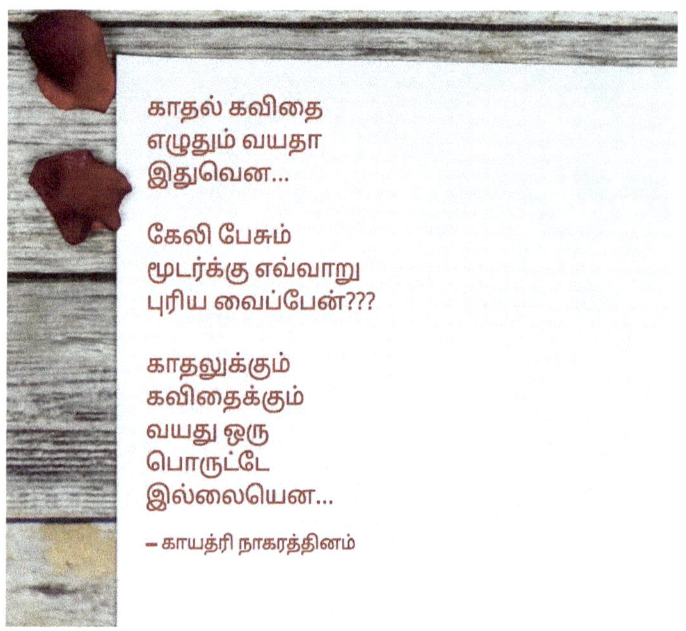

காதல் கவிதை
எழுதும் வயதா
இதுவென...

கேலி பேசும்
மூடர்க்கு எவ்வாறு
புரிய வைப்பேன்???

காதலுக்கும்
கவிதைக்கும்
வயது ஒரு
பொருட்டே
இல்லையென...

– காயத்ரி நாகரத்தினம்

Enter Caption

11. முத்து 11

விதியின் மேல்
நம்பிக்கையற்று
இருந்தேன்...

நீ திரும்பி வந்து
மறுபடியும் என்னை
காயப்படுத்தும் வரை...

விதி தான்
எத்தனை
வலியது...

– காயத்ரி நாகரத்தினம்

Enter Caption

12. முத்து 12

நான் பேசிய
ஒரு ஒரு வார்த்தையும்
நினைவிருக்கும்
உனக்கு...

என் காதல்
மட்டும் எப்படி
மறந்து போனது???

– காயத்ரி நாகரத்தினம்

Enter Caption

13. முத்து 13

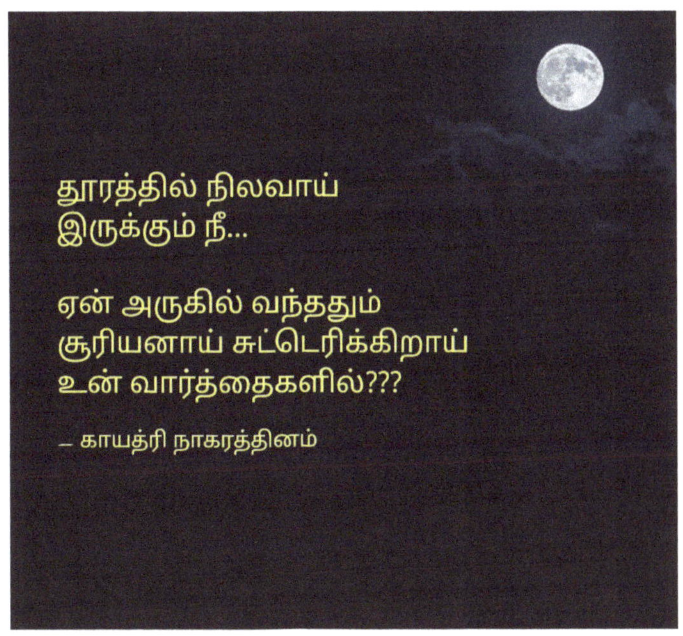

தூரத்தில் நிலவாய்
இருக்கும் நீ...

ஏன் அருகில் வந்ததும்
சூரியனாய் சுட்டெரிக்கிறாய்
உன் வார்த்தைகளில்???

– காயத்ரி நாகரத்தினம்

Enter Caption

14. முத்து 14

எத்தனை முறை
உரைப்பேன் உனக்கு???

நான் ஒரு கண்ணாடி
எப்பொழுதும் உன் பிம்பமாய்...

நீ கொடுப்பதையே
திரும்ப பெறுவாயென...

– காயத்ரி நாகரத்தினம்

Enter Caption

15. முத்து 15

கண்ணோடு கண்
இணைத்து...

நான்கிதழ்
சண்டையிட்டு...

நாவோடு நா
பிணைந்து...

என் உயிர் உறியும்
உன் முத்தம் தரும்
போதையை விடவா

பெரிய போதை
இருந்து விடப்போகிறது
இவ்வுலகில்

— காயத்ரி நாகரத்தினம்

Enter Caption

16. முத்து 16

இரவின் தனிமையில்
குறுஞ்செய்தி வடிவில்
என்னுடனே அவன்
– காயத்ரி நாகரத்தினம்

Enter Caption

17. முத்து 17

அந்த சூரியக்
கதிர்களும்
கோபம் கொண்டது
உன் விரல்களிடம்

அவை தீண்டாத
பாகம் கூட
உன் விரல்
தீண்டியதால்

— காயத்ரி நாகரத்தினம்

Enter Caption

18. முத்து 18

சமையலறையில்
ஒரு அன்பு
யுத்தம் நிகழ்த்த
உன்னால் மட்டுமே
முடியும்
— காயத்ரி நாகரத்தினம்

Enter Caption

19. முத்து 19

சமீபமாக நான் நெருங்கி
பழகும் அனைவரிடமும்
ஏதோ ஒரு வகையில்
உன் சாயல்...

சில பேச்சுக்கள், சில சிரிப்புகள்
சில எழுத்துகள்
உன்னை நினைவு படுத்துகிறது..

நீ தூர இருந்தாலும்
அனைவரின் வடிவில்
அருகிலேயே இருக்கிறாய்

— காயத்ரி நாகரத்தினம்

Enter Caption

20. முத்து 20

தகரத்தில் கீறியது
போன்ற குரலாய்
இருந்தாலும்...

உன் ஒற்றை
விளிப்பில்...

மனம் கொஞ்சம்
தடுமாறத்தான்
செய்கிறது...

– காயத்ரி நாகரத்தினம்

Enter Caption

21. முத்து 21

உன்னை பிடிக்கும்
என்பதால்
உனக்கு பிடித்த
நிறத்தை
எனக்கானதாக்கி
கொண்டேன்...

உன்னை பிடிக்கும்
என்பதால்
நீ படித்த படிப்பை
நானும் படித்தேன்...

உன்னை பிடிக்கும்
என்பதால்
உன் நண்பர்களை
தத்தெடுத்துக்
கொண்டேன்...

இவ்வளவும்
செய்த நான்...

உன்னை பிடிக்கும்
என்பதாலேயே
உனக்கு பிடிக்காதவளாய்
விலகி விட்டேன்...

— காயத்ரி நாகரத்தினம்

Enter Caption

22. முத்து 22

உனக்காய்
ஊற்றெடுத்த
என் எழுத்துக்கள்...

உன் உதாசீனத்தில்
மரித்துப்போய்...

என் சுயமரியாதையில்
உயிர் பெற்றன
இன்று...

– காயத்ரி நாகரத்தினம்

Enter Caption

23. முத்து 23

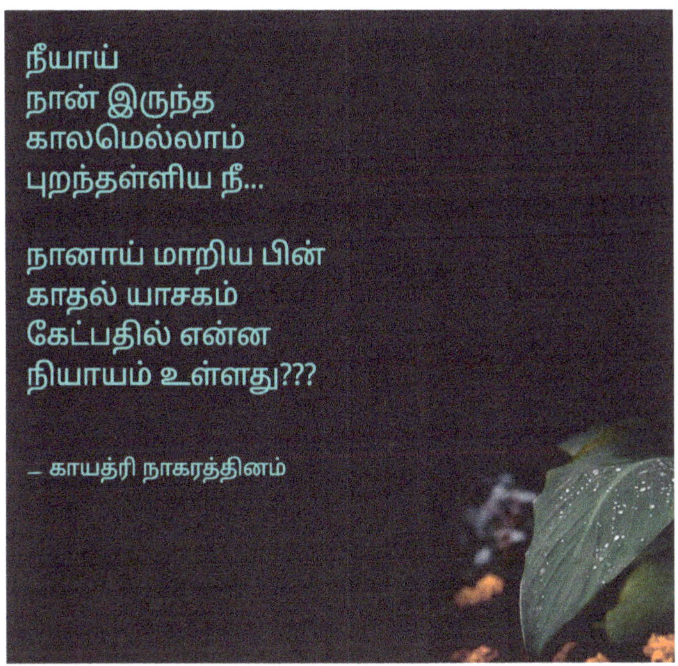

நீயாய்
நான் இருந்த
காலமெல்லாம்
புறந்தள்ளிய நீ...

நானாய் மாறிய பின்
காதல் யாசகம்
கேட்பதில் என்ன
நியாயம் உள்ளது???

– காயத்ரி நாகரத்தினம்

Enter Caption

24. முத்து 24

கையெழுத்தா
இதுவென
ஊரே திட்டித்
தீர்க்கையில்...

எழுத்தோவியமாய்
உந்தன் கிறுக்கலில்
எந்தன் பெயர்...

– காயத்ரி நாகரத்தினம்

Enter Caption

25. முத்து 25

நீயும் நானும்
நடந்து வந்த
பாதையை
திரும்பி
பார்க்கிறேன்...

உன்மீதான
என் காதல் மட்டும்
திருவிழாவில்
தொலைந்த
குழந்தையாய்
அழுகிறது...

– காயத்ரி நாகரத்தினம்

Enter Caption

26. முத்து 26

நீயில்லா
நம் காதல் போல்
அனாதையாய்
இரவு நேர சாலை...
— காயத்ரி நாகரத்தினம்

Enter Caption

27. முத்து 27

காலைநேர
உடற்பயிற்சி
மிகவும் நல்லதாம்...

உடலுடன் சேர்த்து
நம் காதலுக்கும்
பயிற்சி செய்யலாம்
ஓடி வா...
- காயத்ரி நாகரத்தினம்

Enter Caption

28. முத்து 28

உன் தவறான
உச்சரிப்பில்
முழுமை அடைந்தது
என் பெயர்...

— காயத்ரி நாகரத்தினம்

Enter Caption

29. முத்து 29

யாருடைய வாழ்வில்
யார் என்பதை
யாரும் இங்கே
தீர்மானிக்க முடியாது...

வாழ்தலை தவிர ...

நம் அனைவரிடமும்
நிராகரிக்கபட்ட
ஓர் அன்பு
இருக்கதான் செய்கிறது...

இப்போதும்...

– காயத்ரி நாகரத்தினம்

Enter Caption

30. முத்து 30

ஒரு கரம்
பற்றுதலுக்காக...

ஒரு தோள்
சாய்தலுக்காக...

ஒரு முத்த
பரிமாறலுக்காக...

ஒரு நாளின்
சில மணித்துளிகளில்
உன்னுடன் இருப்பதற்காக...

எத்தனை யுகங்களை
நான் கடக்க
வேண்டி இருக்கிறது...

_ காயத்ரி நாகரத்தினம

Enter Caption

31. முத்து 31

எப்பொழுதும்
எனதன்பை
நிரூபித்துக்கொண்டே
இருப்பதை விட.........

நீயே புரிந்துகொள்
என்ற
என் இன்மையை
பரிசளிக்கிறேன்!!

_ காயத்ரி நாகரத்தினம்

Enter Caption

32. முத்து 32

உன் பேச்சில்
வலிமை அதிகம்
என்று நினைத்திருந்தேன்!

உன் மௌனத்தின்
வலிமை அறியும் வரை!

– காயத்ரி நாகரத்தினம்

Enter Caption

33. முத்து 33

சொல்லாமலே
புரிந்தது உனக்கு
ஒரு அணைப்பிற்காக
ஏங்குகிறேன் என்று

சொல்லாமலே
புரிந்தது உனக்கு
உன் முத்தத்திற்காய்
காத்திருக்கிறேன் என்று

சொல்லாமலே
புரிந்தது உனக்கு
உன் கூட வாழ
காத்திருக்கிறேன் என்று

ஆனால் ஏன் சொல்லியும்
புரியவில்லை உனக்கு
நீ விட்டு சென்றால்
நான் ஒரு பூஜ்ஜியம் என்று

— காயத்ரி நாகரத்தினம்

Enter Caption

34. முத்து 34

என் எழுத்துகளுக்கு
காரணமான நீயே
அதை முழுதும்
அழித்து செல்கிறாய்..
— காயத்ரி நாகரத்தினம்

Enter Caption

35. முத்து 35

என் கண்ணுக்கு
அஞ்சனம் அழகு என்கிறாய்

உன் கருமை நிறத்தை
கொஞ்சம் குடேன்
வாரி எடுத்து
கண்ணுக்கு பூசிக் கொள்கிறேன்
— காயத்ரி நாகரத்தினம்

Enter Caption

36. முத்து 36

யாரை நினைத்து
யாருக்காக கவிதை
எழுதுகிறாய் என்கிறாய்
ஏதும் அறியாதது போல..

— காயத்ரி நாகரத்தினம்

Enter Caption

37. முத்து 37

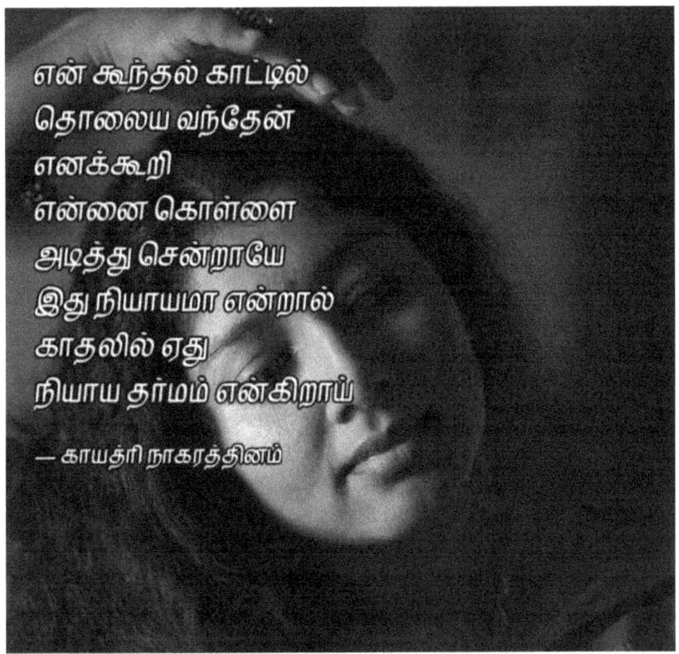

என் கூந்தல் காட்டில்
தொலைய வந்தேன்
எனக்கூறி
என்னை கொள்ளை
அடித்து சென்றாயே
இது நியாயமா என்றால்
காதலில் ஏது
நியாய தர்மம் என்கிறாய்
— காயத்ரி நாகரத்தினம்

Enter Caption

38. முத்து 38

என் மொத்தக் காதலையும்
எழுத்து வடிவில்
கொட்டித்தீர்த்து விடத்தான் ஆசை

ஆனால் வார்த்தை தான்
வராமல் அடம் பிடிக்கிறது

உன் இதழைக் கொடுத்தால்
வாசித்து என் கற்பனைக்கு
உயிரேற்றிக் கொள்வேன்

— காயத்ரி நாகரத்தினம்

Enter Caption

39. முத்து 39

என் மூச்சு
போதவில்லை எனக்கு

உன் மூச்சை
வாய் வழி
பிச்சையாய் இடு..
பிழைத்துக் கொள்கிறேன்
— காயத்ரி நாகரத்தினம்

Enter Caption

40. முத்து 40

என்னை தொட்டுத் தழுவி...
முத்தமிட்டு, திமிரும் போது...
இடை பிடித்து இழுத்து அணைத்து,
பிணைத்து கொஞ்சிட
நீ வேண்டுமடா

— காயத்ரி நாகரத்தினம்

Enter Caption

41. முத்து 41

என் பசிக்கு
உன் இதழ்
மட்டும் போதுமா
உள் இருக்கும்
அரக்கி
உன் முழுமையையும்
புசித்து உன்னுள்
புதைய காத்திருக்கிறாள்

வா என் அரக்கியின்
ஆசை தீர்த்து
உன் அரக்கனின்
பசியாற்றி செல்...

– காயத்ரிநாகரத்தினம்

Enter Caption

42. முத்து 42

என் பெண்மையை
திறக்கும் ஒற்றை சாவி
உன் ஒற்றை முத்தத்தில்
அல்லவா உள்ளது

— காயத்ரி நாகரத்தினம்

Enter Caption

43. முத்து 43

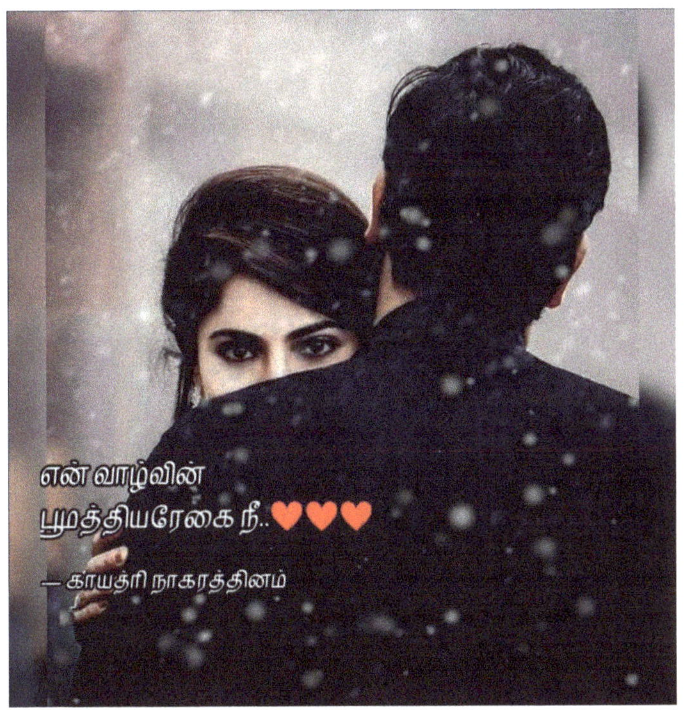

என் வாழ்வின்
பூமத்தியரேகை நீ..♥♥♥
— காயத்ரி நாகரத்தினம்

Enter Caption

44. முத்து 44

எப்படி சொல்வேன் உனக்கு
நீ அருகில்லாமல் என் காதல் வற்றிவிட்டதென

எப்படி சொல்வேன் உனக்கு
உன் காதலில்லாமல் என்
கற்பனை ஊற்று
சுரக்கவில்லை என

எப்படி சொல்வேன் உனக்கு
நீ இல்லாமல் நடை பிணமாய்
நான் வாழ்கிறேன் என

உன் ஒற்றை முத்தத்தில்
என் உயிர், காதல், கற்பனை
அனைத்தையும் உயிர்
கொள்ள செய்வாயா

— காயத்ரி நாகரத்தினம்

Enter Caption

45. முத்து 45

எதுவும் எனதில்லை
என ஆன பின்பு
உன் நினைவு மட்டும்
ஏன் விடாது
துரத்துகிறது

— காயத்ரி நாகரத்தினம்

Enter Caption

46. முத்து 46

இன்னும் எவ்வளவு
காலம் தான்
குறுஞ்செய்தியிலும்
அலைபேசியிலும்
முத்தமிடுவாய்

கட்டியணைத்து
கண்ணோடு கண் நோக்கி
உன் எச்சில் பருக
காத்திருக்கேன்
விரைவில் வா

— காயத்ரி நாகரத்தினம்

Enter Caption

47. முத்து 47

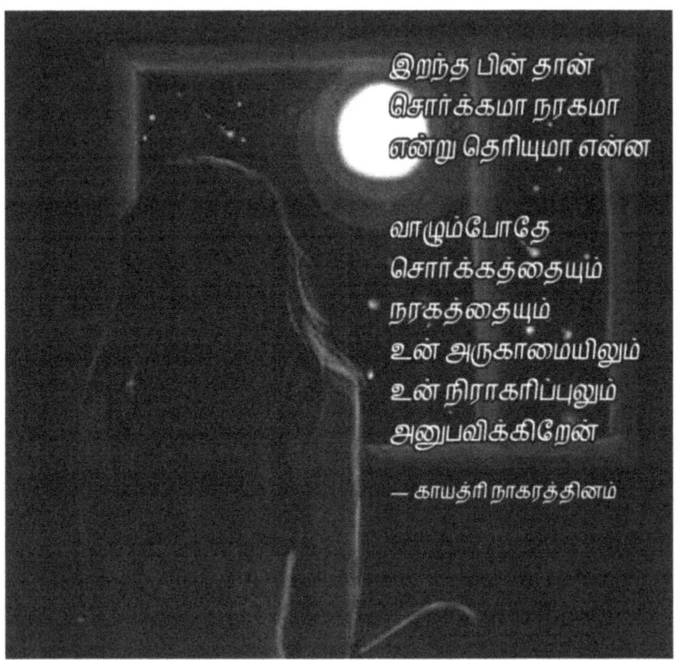

இறந்த பின் தான்
சொர்க்கமா நரகமா
என்று தெரியுமா என்ன

வாழும்போதே
சொர்க்கத்தையும்
நரகத்தையும்
உன் அருகாமையிலும்
உன் நிராகரிப்பிலும்
அனுபவிக்கிறேன்

— காயத்ரி நாகரத்தினம்

Enter Caption

48. முத்து 48

இறுக்கி அணைத்து
முத்தமிட்டு
உன் காதல்
மொத்தம் கொட்டி
நம் ஊடலை
நேர் செய்ய வா

— காயத்ரி நாகரத்தினம்

Enter Caption

49. முத்து 49

இதே போன்றொரு
சூரிய உதயத்தில தானே
உருவானதுநம் காதல்..

உடற்பயிற்சியுடன்
காதல் பயிற்சியும்
சேர்த்தே செய்தோம்..

இப்போதுஎன்னை
தனியே விட்டு
எங்கே சென்றாய்..

தினம் நாம் சென்ற
சாலை எங்கும்
உனை தேடி தேடி
என் எடை குறைந்தேன்..

— காயத்ரி நாகரத்தினம்

Enter Caption

50. முத்து 50

காரணமில்லாமல்
இடும் சண்டைகளுக்கு
காதல் என்று பெயராம்
— காயத்ரி நாகரத்தினம்

Enter Caption

51. முத்து 51

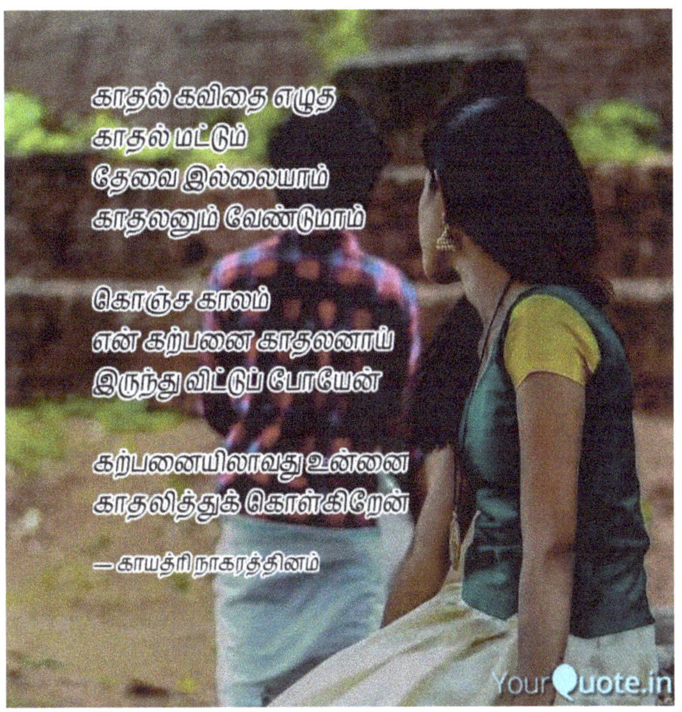

காதல் கவிதை எழுத
காதல் மட்டும்
தேவை இல்லையாம்
காதலனும் வேண்டுமாம்

கொஞ்ச காலம்
என் கற்பனை காதலனாய்
இருந்து விட்டுப் போயேன்

கற்பனையிலாவது உன்னை
காதலித்துக் கொள்கிறேன்

— காயத்ரிநாகரத்தினம்

Enter Caption

52. முத்து 52

காதலுடன் கூடிய
காமத்திற்காய்
இருபது ஆண்டுகளாய்
என்னுள் இருக்கும்
அரக்கி காத்திருக்கிறாள்

உன் காதல் ஊற்றி
அவளை சாந்தப்படுத்தி
அணு அணுவாய்
ரசித்து ருசித்து
உண்ண வா..
— காயத்ரி நாகரத்தினம்

Enter Caption

53. முத்து 53

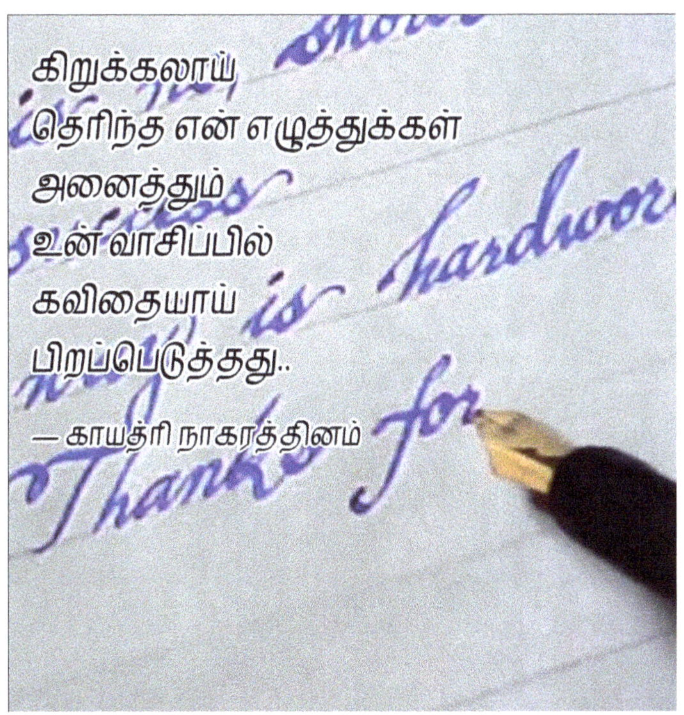

கிறுக்கலாய்
தெரிந்த என் எழுத்துக்கள்
அனைத்தும்
உன் வாசிப்பில்
கவிதையாய்
பிறப்பெடுத்தது..
— காயத்ரி நாகரத்தினம்

Enter Caption

54. முத்து 54

கழுத்தில்
இதழ் பதித்து
என் காம தீயை
எரிய செய்த நீயே
என் இதழில்
உன் எச்சில் ஊற்றி
அதை அணைக்க வா

— காயத்ரி நாகரத்தினம்

Enter Caption

55. முத்து 55

கண்களால் பருகி
இதழால் சுவைத்து
உன்னை உள்வாங்கி
என் பசியாற்ற வேணும்

— காயத்ரி நாகரத்தினம்

Enter Caption

56. முத்து 56

கண்களில் என்ன
காந்தமா
வைத்திருக்கிறாய்??

இரும்பாய் இருந்த
என் இதயத்தை
கட்டி இழுக்கிறதே...

– காயத்ரி நாகரத்தினம்

Enter Caption

57. முத்து 57

கருங்கல்லாய்
இருந்த என்னை
உன் காதலால்
செதுக்கி சிலையாய்
வடித்தாய்..

உன் முத்தம் ஊற்றி
என் கண் திறக்க வா..

— காயத்ரி நாகரத்தினம்

Enter Caption

58. முத்து 58

குத்தும் கூர்விழி
பெண்களுக்கு மட்டுமே
என்று நினைத்தேன்
உன் கண்களை
பார்க்கும் வரை

— காயத்ரி நாகரத்தினம்

Enter Caption

59. முத்து 59

கவிதையே
போதாது
என்கிறாய்
என் இதழ்
கிடைத்தால்
விட்டுவிடவா
போகிறாய்
— காயத்ரி நாகரத்தினம்

Enter Caption

60. முத்து 60

மச்சம் தேடும் சாக்கில்
இதழ் கொண்டு
கழுத்தில் கோலமிட்டு
நான் உச்சம் தொட
ஒத்திகை பார்க்கிறான் கள்வன்

— காயத்ரி நாகரத்தினம்

Enter Caption

61. முத்து 61

மனம் சோர்வாய்
இருக்கும் வேளையில்...!!

இறுக்கி அணைத்து
உச்சந்தலையில்
முத்தமிடுவதை விடவா..??

பெரிய ஆறுதல் வார்த்தை
இருந்து விடப்போகிறது...!!!

– காயத்ரி நாகரத்தினம்

Enter Caption

62. முத்து 62

முழு நிலவாய் இருந்த
என்னை கொஞ்சம் கொஞ்சமாய்
பசலையில் தேய்ந்து
அமாவாசையாய்
மாற விட்டு போனாயே..

உன் எச்சில் ஊற்றி
என்னை முழு நிலவாய்
மாற்ற வா..

— காயத்ரிநாகரத்தினம்

Enter Caption

63. முத்து 63

முதல் காதல் என்பது
கசக்கி எறியப்பட்ட
காகிதம் போல

எவ்வளவு மடித்தாலும்
சுருக்கம் நீங்காது

— காயத்ரி நாகரத்தினம்

Enter Caption

64. முத்து 64

முத்தமென்பது
உன் மொத்தத்தின்
சிறு மாதிரி
— காயத்ரி நாகரத்தினம்

Enter Caption

65. முத்து 65

முத்தம் இல்லாத
காதல்
முடிவில்லாத நாவலை
போன்றது...

நித்தம் நித்தம்
முத்தமிட்டு காதல்
நாவலின் மீதி
பக்கங்களை
எழுதலாம் வா
— காயத்ரிநாகரத்தினம்

Enter Caption

66. முத்து 66

மூச்சு திணறலில்
தவிக்கிறேன்
உன் இதழ் கொடுத்தால்
உன் மூச்சில்
உயிர் பிழைத்துக்
கொள்கிறேன்
– காயத்ரிநாகரத்தினம்

Enter Caption

67. முத்து 67

மூடிய இமைகளுக்குள்
முற்றுகை போராட்டமே
நடத்துகிறாய்
நான் நித்திரை போராட்டம்
நடத்தி உன்னை
வெல்ல பார்க்கிறேன்
— காயத்ரி நாகரத்தினம்

Enter Caption

68. முத்து 68

நெற்றி முத்தம் காமத்தில்
சேர்ந்ததில்லை தான்

கூடலின் இறுதியில்
இடும் நெற்றி முத்தம்
காமத்தின் முற்றுப்புள்ளி

— காயத்ரி நாகரத்தினம்

Enter Caption

69. முத்து 69

நெடுஞ்சாலையில்
உன் கைகோர்த்து
உனக்கும் எனக்கும்
பிடித்தமான
பாடல்களுடனான
ஒரு நெடிய
பயணத்திற்காய்
காத்திருக்கிறேன்..
— காயத்ரிநாகரத்தினம்

Enter Caption

70. முத்து 70

நீ என் வாழ்வில்
இல்லையென்றாலும்
என்றும் என் காதல்
உன்னோடுதான்...
— காயத்ரி நாகரத்தினம்

Enter Caption

71. முத்து 71

நீ தூர இருந்தும்
என்னுள் இருப்பதால்
என் அருகிலேயே
இருக்கிறாய்
— காயத்ரி நாகரத்தினம்

Enter Caption

72. முத்து 72

நீ வேண்டாமென
என் மூளை சொல்லும்
பொழுதெல்லாம்
மனதிற்கும் மூளைக்கும்
மூன்றாம் உலகப் போரே
நிகழ்கிறது

வெல்லப்போவது
யார் என குத்துக்காலிட்டு
வேடிக்கை பார்க்கிறேன்
ஏதும் புரியாதவளாய்

— காயத்ரி நாகரத்தினம்

Enter Caption

73. முத்து 73

நீயும் நானும்
பேசாத மொழியை

நம் கண்களும்
உதடுகளும்
பேசியபோது
சற்றே நாணம்
கொண்டது
என் பெண்மை

— காயத்ரிநாகரத்தினம்

Enter Caption

74. முத்து 74

நம் முதல் சந்திப்பின்
ஒவ்வொரு நொடியும்
சாகும் வரை நினைவிருக்கும்...

இது எத்தனை ஜென்மங்களாய்
தொடர்ந்த பந்தமோ தெரியவில்லை..
உன் ஸ்பரிஸம் பட்டு
சிலிர்த்துப் போனேன்...

நீ அருகிருக்கும் போது
என் திமிர் உடைய கண்டேன்..

என் கழுத்தோரத்தில்
உன் மூச்சு பட்டு
என்னுள் இருக்கும்
தேவதை விழித்துக் கொண்டாள்...

யுகம் யுகமாய்
உனக்காய் காத்திருக்கிறாள்..
உன் காதல் ஊற்றி
அடைபட்டு கிடைக்கும் அவளை
வெளிக்கொணர்

— காயத்ரி நாகரத்தினம்

Enter Caption

75. முத்து 75

நம் நான்கிதழ்
ஒன்றானதால்
நான் ஒன்றானோம்
— காயத்ரி நாகரத்தினம்

Enter Caption